જેવા સાથે તેવા
Tit for Tat

English - Gujarati

AGNES LEE

Lee, Agnes
Tit for Tat
Dual language children's book

© Star Publishers Distributors
   ISBN: 81-7650-074-7

Published in India for
STAR BOOKS
55, Warren Street,
London WIT 5NW (UK)
Email: indbooks@spduk.fsnet.co.uk

by
Star Publishers Distributors
New Delhi 110002 (India)

Peacock Series
First Edition: 2004

Editor: Manju Gupta
Gujarati Translation by : Bhagyendra Patel
Designing by: Ani Das
Printed at: Public Printing (Delhi) Service

Anita and her two younger brothers, named Monty and Bunty, lived together in a small house surrounded by wheat fields. Their parents had died when they were small.

અનિતા તેના બે નાના ભાઈઓ મોન્ટી અને બન્ટી સાથે એક નાનકડા ઘરમાં રહે છે. તેઓ નાનાં હતાં ત્યારે જ તેમનાં માબાપ ગુજરી ગયેલાં. તેમના ઘરની આજુબાજુ ઘઊંનાં ખેતરો આવેલાં છે.

Anita, being the eldest, was left to look after her brothers. She was a hardworking girl. Every morning she swept the rooms, mopped the floors and cooked the meals.

અનિતા બધાથી મોટી છે એટલે નાના ભાઈઓની સારસંભાળ તેણે રાખવાની છે. તે ખૂબ મહેનતુ છોકરી છે. તે રોજ સવારે ઓરડાઓની સફાઈ કરે છે, પરસાળમાં ઝાડુ-પોતું કરે છે અને રસોઈ કરે છે.

During the harvest season, she went to the fields to winnow the wheat when the grain became ripe and dry.

પાકની લણણીની મોસમમાં જ્યારે દાણો પાકો બનીને તૈયાર થઈ જાય ત્યારે તે ખેતરોમાં જઈને ઘઉંને ઊપણે છે.

Both Monty and Bunty were a lazy pair. While Monty snoozed all day, Bunty just sat and gazed at the fields. Neither of them bothered to help their sister.

મોન્ટી અને બન્ટી બંને બહુ આળસુ છે. મોન્ટી આખો દિવસ ઊંઘ્યા કરે છે ને બન્ટી ખેતરમાં બેઠો બેઠો આમતેમ તાકયા કરે છે.

6

One day Anita collected the wheat grains in a sack and called out
to Monty, "Can you please help me carry this sack to the mill?"
"No, I'm sleeping, sister. I can't go," replied Monty very promptly.

એક દિવસ અનિતાએ એક કોથળામાં ઘઉં ભરીને મોન્ટીને બોલાવતાં કહ્યું, "તું મને આ ગુણ
ઊંચકીને દળવાની ઘંટીએ લઈ જવામાં મદદ કરીશ?"
"ના બહેન, હું ઊંઘું છું, હું નહિ જઈ શકું," મોન્ટીએ તરત જ જવાબ વાળ્યો.

Anita then turned to Bunty, who piped in even before she could ask him, "I don't want to go either."

"All right," she replied, "I'll do it myself with the help of our dog Ringo."

પછી અનિતા બન્ટી પાસે ગઈ. તે કંઈ બોલે એના પહેલાં જ બન્ટી બરાડયો, મારે હમણાં કયાંય જવું નથી."

"ઠીક છે," તે બોલી, આ કામ હું આપણા કૂતરા રિંગોની મદદથી પોતે જ કરી લઈશ."

Anita took the sack to the miller, while Ringo followed behind. The miller greeted her and asked, "How are you Anita? I can see you are carrying wheat for grinding."

અનિતા ઘઉંની ગુણ લઈને ઘંટીએ ગઈ. રિંગો તેની પાછળ પાછળ દોરાયો. ઘંટવાળાએ અભિવાદન કરતાં કહ્યું, "કેમ છે અનિતા? તું આ ઘઉં દળવા માટે લાવી છે ને"

The miller ground the wheat and filled the sack with the flour. Anita returned home, carrying the sack from one end and Ringo holding the other with its mouth.

ઘઉં દળી દઈને ઘંટીવાળાએ લોટ પેલા કોથળામાં ભરી આપ્યું. કોથળો એક છેડેથી અનિતાએ પકડયો અને બીજો છેડો રિંગોએ તેના મોંથી પકડયો. અનિતા લોટ લઈને ઘરે આવી.

Next day, Anita asked her brothers, "Now, who will get the eggs from the poultry farm across the road? Monty, why don't you go and get them?" "Sorry, sister, I am too tired to go," replied Monty.

બીજા દિવસે અનિતાએ તેના ભાઈઓને પૂછ્યું, ''હવે રસ્તો પાર કરીને સામેના મરઘાં-ફાર્મમાંથી ઈંડાં કોણ લઈ આવશે? મોન્ટી, ચાલ તું જઈને લઈ આવ.'' ''માફ કર બહેન, મને ત્યાં જવાનો બહુ કંટાળો આવે છે,'' મોન્ટીએ જવાબ દીધો.

Anita turned towards Bunty, but before she could utter a word, he said, "Neither will I."

"Okay, I will go and get the eggs," she said smilingly.

અનિતા હવે બન્ટીને કહેવા જ જતી હતી કે તે સામેથી જ તાડુક્યો, ''ના, હું પણ નહિ જાઉં.''
સારું ભાઈ, હું જ જઈશ અને ઈંડાં લઈ આવું છું,'' અનિતા હળવાશથી બોલી.

Taking Ringo along with her, she crossed the road to enter the gate to the poultry farm.

પછી તે રિંગોને લઈને ચાલી નીકળી અને રસ્તો પાર કરીને મરઘાં-ફાર્મના દરવાજામાં પ્રવેશી.

The farmer was happy to see her. Anita asked him, "Can I have a dozen eggs, please?"
"Sure, why not?" replied the farmer. Anita returned home with the eggs in her bag.

મરઘાં-ફાર્મવાળો તેને જોતાં ખુશ થયો. અનિતાએ તેને પૂછ્યું, "મહેરબાની કરી મને એક ડઝન ઈંડાં આપશો?"
"જરૂર, કેમ નહિ?" ફાર્મવાળાએ જવાબ આપ્યો.
અનિતા તેની થેલીમાં ઈંડાં લઈને ઘરે પાછી આવી.

14

On entering her house, Anita asked, "Who will help me bake the cake?"
"Not I," both Monty and Bunty replied in the same voice.
Not to be deterred, Anita said, "Okay, I'll bake the cake myself."

ઘરમાં ઘૂસતાં જ અનિતાએ પૂછયું, "હવે મને કૅક બનાવવામાં કોણ મદદ કરશે?"
"હું નહિ," મોન્ટી અને બન્ટી બંને એક સૂરમાં એકીસાથે બોલી પડયા.
અનિતા અટકયા વિના આગળ બોલી, "ભલે, હું એકલી જ કૅક બનાવી લઈશ."

So she pulled out a wide bowl from the cupboard and mixed the flour, sugar and butter in it. She beat the eggs and folded it into the batter in the bowl till it was light and fluffy.

તેણે કબાટમાંથી એક પહોળું વાસણ લઈ તેમાં લોટ લીધો. લોટમાં ખાંડ ને માખણ ભેળવીને તે લોટ ગૂંદવા લાગી. પછી તેણે ઈંડાં તોડયાં અને તેનો માવો લોટમાં મેળવવા લાગી. જ્યાં સુધી લોટ ફૂલીને ઢીલું થઈ જાય ત્યાં લગી તેણે આમ કર્યું.

After heating the oven, she poured the cake mixture in a tray and kept it in the oven to bake. Despite no help from her brothers, Anita continued to work with a smile on her face.

પછી તેણે ભઠ્ઠી ગરમ કરી. તેણે ધાતુની એક તાસકમાં કૅકનું મિશ્રણ રેડ્યું અને તે શેકવા માટે ભઠ્ઠીમાં મૂક્યું. ભાઈઓ તરફથી કોઈ મદદ નહિ મળવા છતાં અનિતાએ હસતે મોઢે કામ કરવાનું ચાલુ રાખ્યું.

Soon the delicious smell of the cake wafted over the farmyard to where Anita's brothers stood talking to each other.

થોડી જ વારમાં કૅકની સ્વાદિષ્ટ સુગંધ આંગણામાં ખેતર સુધી પ્રસરી ગઈ. ત્યાં અનિતાના બંને ભાઈ ઊભા ઊભા ગપ્પાં હાંકી રહ્યા હતા.

The fragrance of a freshly baked cake made their mouths water. Both the brothers jumped and rushed in towards the table where Anita stood.

તાજા કૅકની સુગંધથી બંનેના મોંમાં પાણી આવ્યું. બંને જણા કૂદી ઊઠયા અને તેમણે રસોડા તરફ દોટ લગાવી. ત્યાં ટેબલ પાસે અનિતા ઊભી હતી.

"Who will help me eat this tasty cake?" asked Anita, though she knew her brothers would come running for it.

"હવે, આ કૅક ખાવામાં કોણ મારી મદદ કરશે?" અનિતાએ પૂછ્યું. તેને ખબર હતી જ કે આ બેઉ કૅક ખાવા માટે જ દોડતા આવ્યા હતા.

"I will," called out Monty, his eyes shining with hope.
"Me too," repeated Bunty, no less thrilled at the sight of the cake.

"હું," મોન્ટી બોલ્યો. અને તેની આંખો આશાથી ચમકવા લાગી.
કૅકને જોતાં જ ભારે ઉત્સાહમાં બન્ટી ય બોલી પડ્યો, "હું પણ."

"Oh no, you won't," responded Anita. "I took the wheat to the miller, I brought the eggs from the poultry farm and I baked the cake. You did not help me at all. So, Ringo and I will eat some today and keep some for tomorrow."

"અરે, ના ના, તમે નહિ,'' અનિતાએ જવાબ આપ્યો, જુઓ, "હું ઘઉં લઈને ઘંટીએ ગઈ, મરઘાં-ફાર્મમાં ઈંડાં લેવા ય ગઈ અને મેં જ આ કૅક બનાવ્યો. તમારા બેમાંથી કોઈએ મને કોઈ કામમાં મદદ ન કરી. તેથી, હું ને રિંગો આ કૅક થોડીક આજે ખાઈશું અને બાકીની આવતી કાલ માટે રાખીશું.''

And this she did. Both Monty and Bunty did not get a piece, not even a crumb. They stared at their sister while she and Ringo ate the cake.

અને તેણે આમ જ કર્યું. મોન્ટી અને બન્ટીને કૅકનો એકાદ ટુકડો કે એક કોળિયો સુદ્ધાં ન મળ્યો. તેઓ આંખો ફાડીને તેમની બહેન અને રિંગોને કૅક ખાતાં જોતા જ રહી ગયા.

Soon they returned to their room, looking terribly disappointed. It served them right for being lazy and selfish.

પછી બંને ભાઈ ભારે ઉદાસીનતાથી જોતા તેમના ઓરડામાં ચાલ્યા ગયા. તેઓને તેમની આળસાઈ અને સ્વાર્થીપણા બદલ બરાબરનો બોધપાઠ મળી ગયો.

24

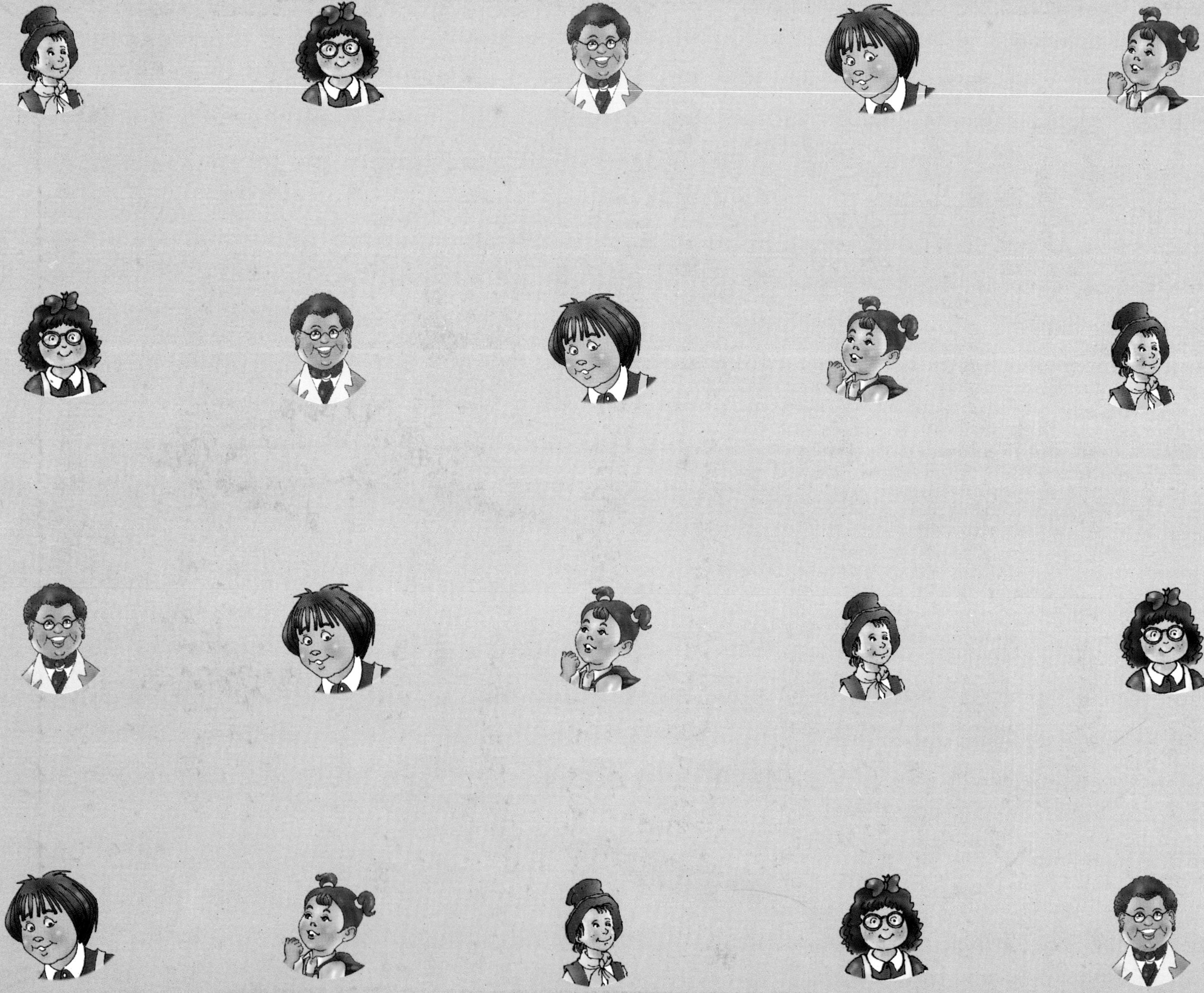